पंचतंत्रातील
मनोरंजक गोष्टी

अनिल किणीकर

हे पुस्तक **माझं** आहे.

....

....

मेहता पब्लिशिंग हाऊस

PANCHATANTRATIL MANORANJAK GOSHTI by ANIL KINIKAR

पंचतंत्रातील मनोरंजक गोष्टी / बालसाहित्य
लेखक : अनिल किणीकर

संस्थापक : सुनील अनिल मेहता

प्रकाशक : मेहता पब्लिशिंग हाऊस प्रा. लि.,
१९४१, सदाशिव पेठ, माडीवाले कॉलनी, पुणे – ४११०३०.
E-mail : author@mehtapublishinghouse.com
Website : www.mehtapublishinghouse.com

मुद्रक : श्री मुद्रा

प्रकाशनकाल : एप्रिल, २००३ / एप्रिल, २०११ / जुलै, २०१६ /
ऑगस्ट, २०२१ / पाचवी आवृत्ती : सप्टेंबर, २०२३

मुखपृष्ठ व आतील चित्रे : खलील खान

किंमत : ₹२५०

P Book ISBN 9789391151591

महान साधू आणि उंदरी

एक होता महान साधू. एके दिवशी तो गंगा नदीवर स्नान करण्यासाठी गेला. स्नान झाल्यावर तो सूर्याची पूजा करू लागला. एवढ्यात एका बहिरी ससाण्यानं झडप घालून एका उंदरीला पंज्यात पडकलेलं त्यानं पाहिलं.

साधुपुरुषाला त्या उंदरीची दया आली. त्यानं ससाण्यावर एक दगड फेकून मारला आणि उंदरीला सोडवलं. त्या साधुपुरुषाच्या पायाजवळ उंदरी विनयानं बसली.

त्या साधुपुरुषानं विचार केला, 'या उंदरीला बरोबर घेऊन कुठे कुठे फिरणार! आपण हिचं रूपांतर एखाद्या मुलीत करू. तिला सोबत घेऊन फिरत राहू.'

साधुपुरुषानं मग आपल्या तपःसाधनेच्या बळावर त्या उंदरीचं एका मुलीमध्ये रूपांतर केलं. मग तिला घेऊन तो आपल्या आश्रमात परत आला.

साधुपुरुषाच्या बायकोनं विचारलं, ''या मुलीला कुठून आणलंत?''

साधुपुरुषानं सर्व हकिगत सांगितली.

त्या मुलीला स्वतःची मुलगी मानून दोघं जण तिचं पालन-पोषण करू लागले.

काही दिवसांनी ती मुलगी मोठी झाली. त्यांना तिच्या लग्नाची काळजी वाटू लागली.

साधू बायकोला म्हणाला, ''मला हिचं लग्न भगवान सूर्याबरोबर करण्याची इच्छा आहे.''

बायको म्हणाली, ''हा फारच चांगला विचार आहे. हिचं लग्न सूर्याबरोबर करून द्या.''

साधुपुरुषानं भगवान सूर्याला विनंती केली. भगवान सूर्य प्रकट झाले.

साधुपुरुष आपल्या मुलीला म्हणाला, ''सर्व

विश्वाला प्रकाश देणारे हे भगवान सूर्य आहेत. तू यांच्याशी लग्न करशील ना?''

मुलगी म्हणाली, ''यांचा स्वभाव तर खूपच तापट आहे. यांच्याहून जे कुणी अधिक श्रेष्ठ असतील, त्यांना बोलवा.''

मुलीचं हे मत ऐकून सूर्यानं सुचवलं,''माझ्यापेक्षा ढग श्रेष्ठ आहेत. ढग तर मलासुद्धा झाकून टाकतात.''

साधुपुरुषानं मंत्र उच्चारून ढगाला बोलावलं आपल्या मुलीला विचारलं, ''तुला ढग पसंत आहेत ना?''

मुलगी म्हणाली, ''हे तर रंगानं काळे आहेत. यांच्याहून अधिक श्रेष्ठ कुणी हवं.''

तेव्हा साधुपुरुषानं ढगालाच विचारलं, ''तुझ्यापेक्षा कोणी अधिक श्रेष्ठ आहे का?''

ढगानं सांगितलं, ''माझ्यापेक्षा अधिक श्रेष्ठ वायुदेव आहेत. ते तर मलासुद्धा इकडून तिकडून हलवतात, ढकलून देतात.''

साधुपुरुषानं वायुदेवाला आवाहन केलं.

वायुदेवाला पाहून मुलगी म्हणाली, ''वायुदेव सामर्थ्यवान आहेत, पण ते फार चंचल आहेत. यांच्यापेक्षाही कोणी श्रेष्ठ असतील, तर त्यांना बोलवा.''

साधुपुरुषानं वायुदेवाला तशी विनंती केली.

वायुदेव म्हणाला, ''माझ्यापेक्षा श्रेष्ठ फक्त पर्वत आहे. तो माझा वेगसुद्धा रोखून धरतो.''

साधूनं पर्वताला आवाहन केलं.

पर्वत पाहून मुलगी म्हणाली, ''पर्वत फार कठीण असतो, आणखी कोणाला तरी शोधा.''

साधूनं पर्वताला विचारलं, ''तू स्वत:पेक्षा दुसऱ्या कोणाला श्रेष्ठ मानतोस?''

पर्वत म्हणाला, “उंदीर माझ्यापेक्षा श्रेष्ठ असतात, ते माझं शरीरसुद्धा पोखरून काढतात.”

साधूनं उंदरांच्या राजाला बोलावलं. मग मुलीला विचारलं, “तुला हा पसंत आहे का?” उंदराला पाहून मुलगी खूश झाली. याच्याशी लग्न करायला तयार झाली.

ती म्हणाली, “बाबा, मला पुन्हा उंदरी करा. मी याच्याशी लग्न करीन आणि आनंदानं राहीन.”

साधूनं तिला पुन्हा उंदरी केलं.

तात्पर्य : आपलं मूळ रूपच प्रत्येकाला आवडतं.

अविचाराचं फळ

एका गावामध्ये देवशर्मा नावाचा ब्राह्मण राहत होता.

एके दिवशी त्याला मुलगा झाला. त्याच दिवशी त्याच्या घरात एका मुंगसानंसुद्धा पिल्लाला जन्म दिला. पिल्लाचा जन्म होताच मुंगूस मरण पावलं.

ब्राह्मणाच्या बायकोनं स्वतःच्या मुलाबरोबरच मुंगसाच्या पिल्लाचंसुद्धा पालन-पोषण केलं.

काही दिवसांनी ते पिल्लू मोठं मुंगूस झालं.

मुंगूस आपल्या मुलाला चावणार तर नाही ना, अशी त्या ब्राह्मणाला नेहमी भीती वाटायची.

एक दिवस ब्राह्मणाची बायको विहिरीचं पाणी भरायला निघाली. मुलगा खाटेवर झोपला होता.

ब्राह्मणाची बायको नवऱ्याला म्हणाली, "मी पाणी आणायला विहिरीवर जाते आहे. तुम्ही मुलाकडे लक्ष ठेवा."

थोड्या वेळानं ब्राह्मण भिक्षा मागायला निघून गेला.

त्याच वेळी एक काळा साप त्या घरात शिरला. साप खाटेच्या दिशेनं जाऊ लागला. मुंगसानं त्या मुलाला वाचवण्यासाठी सापाला ठार मारलं.

ब्राह्मणाची बायको पाणी घेऊन घरी परत आली. मुंगसाचं तोंड रक्तानं माखलं असल्याचं तिला दिसलं. तिला वाटलं, मुंगसानं नक्कीच आपल मुलाला मारलं असावं. त्याचंच रक्त मुंगसाच्या तोंडाला लागलं आहे.

ब्राह्मणाची बायको संतापली. तिनं पाण्यानं भरलेली कळशी मुंगसाच्या डोक्यात घातली. मुंगूस लगेचच मरण पावलं.

ब्राह्मणाची बायको धावत धावतच आत गेली. आत जाऊन पाहते, तो मुलगा शांत झोपला होता. खाटेजवळच मेलेला साप पडला होता.

आता झाला प्रकार ब्राह्मणाच्या बायकोच्या लक्षात आला. मुंगसानं तर सापाला ठार मारून तिच्या मुलाचा जीव वाचवला होता. मुंगसाचं तोंड सापाच्या रक्तानंच माखलं होतं.

ब्राह्मणाच्या बायकोला खूप दुःख झालं. ती जोरजोरात रडू लागली.

तेवढ्यात भिक्षा घेऊन ब्राह्मण परत आला. त्यानं बायकोला काय झालं, ते विचारलं.

बायकोनं सांगितलेली हकिगत ऐकून तोही दुःखी झाला.

ब्राह्मण म्हणाला, ''कोणतीही कृती करण्याअगोदर सर्व बाजूंनी विचार केला पाहिजे.''

तात्पर्य : विचार न करता कृती केली, तर पश्चात्ताप करावा लागतो.

राजकुमारी आणि साप

देवशक्ती राजाला एकच मुलगा होता. या राजपुत्राच्या पोटात एक साप राहत होता. त्यामुळे राजपुत्र अतिशय अशक्त झाला होता.

अनेक वैद्य आले आणि त्यांनी त्याच्यावर नाना प्रकारचे उपचार केले; पण तो काही या चमत्कारिक व्याधीतून बरा झाला नाही.

राजपुत्र निराश झाला. एके दिवशी कोणाला न सांगता तो घरातून बाहेर पडला.

भटकत भटकत तो दुसऱ्या एका राज्यात येऊन पोहोचला. त्या राज्यात तो भिक्षा मागून पोट भरायचा. एका मंदिरात जाऊन झोपायचा.

त्या राज्यातील राजाचं नाव होतं बळी. त्याला दोन तरुण मुली होत्या. दररोज सकाळी आपल्या वडिलांना त्या नमस्कार करायच्या. मग त्या दोन मुलींपैकी एक मुलगी म्हणायची,

''महाराजांचा विजय असो. महाराजांमुळे आम्ही सर्व जण सुखात राहतो.''

दुसरी मुलगी म्हणायची, ''महाराज, तुम्हाला तुमच्या कर्माचं फळ एक ना एक दिवस जरूर मिळेल.''

दुसऱ्या मुलीचं कटू बोलणं ऐकून राजाला खूप राग येत असे. एक दिवस त्यानं मंत्र्याला आज्ञा केली, ''कटू बोल बोलणाऱ्या या मुलीचा विवाह एखाद्या परदेशी माणसाशी करून टाका. त्यामुळे तिला तिच्या कर्माची फळं भोगावी लागतील.''

मंत्रिमहोदयांनी त्या दुसऱ्या राजकुमारीचा विवाह देवळात राहणाऱ्या त्या भिकारी राजकुमाराबरोबर करून दिला. असला नवरा मिळाला, तरीही राजकुमारी दुःखी झाली नाही. ती नवऱ्याची सेवा आनंदानं करू लागली.

काही दिवस गेले. ती नवऱ्याला बरोबर घेऊन दुसऱ्या राज्यात निघून गेली. त्या राज्यातील एका सरोवराकाठी तिनं आपला संसार थाटला.

एक दिवस राजकन्या जेवणाचं साहित्य आणायला स्वत: गावात गेली. जाताना तिनं नवऱ्याला घराची राखण करायला सांगितलं.

राजकुमार जमिनीवर डोकं टेकवून झोपून गेला. तो झोपेत असतानाच त्याच्या पोटात राहणारा साप त्याच्या तोंडातून बाहेर आला आणि मोकळ्या हवेत फिरू

लागला. तेवढ्यात शेजारच्या वारुळामध्ये राहणारा साप बिळातून बाहेर आला. बाहेर आलेल्या त्या सापानं राजकुमाराच्या पोटात राहणाऱ्या सापाला फटकारलं.

तो म्हणाला, ''तू खूप दुष्ट आहेस. इतक्या चांगल्या राजकुमाराला अनेक दिवसांपासून तू छळतो आहेस.''

पोटात राहणारा साप म्हणाला, ''आणि तू कोण रे, फार चांगला लागून गेला आहेस! तू स्वत:कडे पाहा. तू तर आपल्या वारुळात सोन्यानं भरलेले दोन-दोन कलश ठेवले आहेत.''

वारुळातला साप म्हणाला, ''राजकुमाराला जर जुन्या मोहरीची पेज पाजली तर तू तात्काळ मरून जाशील. हा उपाय कोणाला माहीत नाही, असं का तुला वाटतं?''

पोटात राहणाऱ्या सापानंसुद्धा वारुळातल्या सापाचं रहस्य उघड केलं. ''तुझ्या वारुळात उकळतं तेल किंवा पाणी टाकलं, तर तूसुद्धा मरशील.''

राजकन्या परत आली होती. ती तिथंच लपून दोन्ही सापांचं बोलणं ऐकत होती. त्या सापांनी सांगितलेले दोन्ही उपाय राजकन्येनं केले आणि त्या दोन्ही सापांना मारून टाकलं. पोटात राहणारा साप मेल्याबरोबर राजकुमाराची तब्येत एकदम सुधारली.

वारुळातले सोन्यानं भरलेले कलश राजकन्येनं बाहेर काढले. ती आपल्या राज्यात परत आली. तिथं ती आपल्या निरोगी नवऱ्याबरोबर सुखानं राहू लागली.

तात्पर्य : आपल्या फायद्याचं रहस्य गुप्तच ठेवलं पाहिजे.

विद्या श्रेष्ठ, की बुद्धी?

एका ब्राह्मणाला चार मुलं होती. भाऊ-भाऊ असले, तरी त्यांची एकमेकांशी दाट मैत्री होती. चौघांपैकी तिघे जण अनेक शास्त्रांमध्ये पारंगत होते; पण ते बुद्धिमान नव्हते. चौथ्या मुलानं शास्त्रांचा अभ्यास केला नव्हता; पण ते स्वतःच्या बुद्धीचा नेहमी योग्य वापर करत असे.

एके दिवशी चारही भावांनी विचार केला, की दुसऱ्या देशात जाऊन आपापल्या विद्येच्या प्रभावानं संपत्ती मिळवू या. चौघंही पूर्वेकडील देशाकडे निघाले.

रस्त्यानं जात असताना सर्वांत मोठा भाऊ म्हणाला, "आपला चौथा भाऊ तर अगदीच अशिक्षित आहे; राजा नेहमी विद्वान माणसाचाच सत्कार करतो. नुसती बुद्धी असून काही मिळत नाही. आपण विद्येच्या जोरावर जी संपत्ती मिळवू, त्यातलं याला

काहीही द्यायचं नाही. खरं म्हणजे, यानं घरी परत जाणंच योग्य आहे.''

बाकीच्या दोन भावांनी मात्र त्याला विरोध केला. ते म्हणाले, ''आपण लहानपणापासून एकत्रच राहिलो आहोत. तेव्हा याला असं एकटं सोडणं काही योग्य नाही. आपल्याला जी काही कमाई होईल, त्यातला अगदी थोडासा का होईना, भाग त्याला देऊ या.''

नंतर चौथा भाऊसुद्धा त्यांच्याबरोबरच निघाला.

रस्त्यात एक दाट जंगल लागलं. जंगलात एक हाडाचा सापळा पडला होता. तो सापळा पाहून तीन भावांनी आपापल्या ज्ञानाची परीक्षा पाहायचं ठरवलं.

चौघा भावांपैकी एकानं सापळ्याची हाडं एके ठिकाणी व्यवस्थित लावून ठेवली. खरं म्हणजे, ही हाडं एका मेलेल्या सिंहाची होती.

दुसऱ्यानं मोठ्या कौशल्यानं त्या हाडांच्या सापळ्यावर मांस आणि कातडी चढवली. त्यानं त्या शरीरात रक्तप्रवाहही सुरू केला.

तिसरा भाऊ त्या शरीरात प्राण घालून त्याला जिवंत करणार होता, तेवढ्यात चौथ्या भावानं त्याला थांबवलं आणि तो म्हणाला, ''तुम्ही आपल्या विद्येनं जर याला जिवंत केलंत, तर हा आपल्या सर्वांना ठार मारून टाकील.''

तिसरा भाऊ म्हणाला, ''तू तर मूर्खच आहेस. मी माझ्या विद्येचा उपयोग नक्कीच करणार आणि त्याचे परिणामही पाहणार. ''

चौथा भाऊ म्हणाला, ''जर थांब; मी या झाडावर चढतो. मग तू आपल्या विद्येचा चमत्कार दाखव.''

असं म्हणून चौथा भाऊ झाडावर चढून बसला.

तिसऱ्या भावानं आपल्या विद्येच्या जोरावर सिंहाच्या शरीरात प्राण घातला. सिंह ताडकन् उठला आणि त्यानं त्यांच्यावर हल्ला केला. सिंहानं झडप घालून त्या तिघा गर्विष्ठ विद्वानांना ठार मारलं. डरकाळी फोडत तो निघून गेला. सिंह दूर निघून गेल्यावर चौथा भाऊ झाडावरून खाली उतरला आणि रडत रडत घरी परत आला.

तात्पर्य : बुद्धीचा योग्य पद्धतीनं उपयोग करावा.

देश आपला भला

कोण्या एका गावात चित्रांग नावाचा कुत्रा राहत होता.

एकदा त्या गावात दुष्काळ पडला. कित्येक दिवस चित्रांगला काहीही खायला मिळालं नाही. तो भुकेनं व्याकूळ झाला. अखेर त्यानं आपलं गाव सोडलं. दुसऱ्या एका गावात गेला. तिथं एका घरात चित्रांग घुसला. त्या घरात त्यानं पोटभर खाल्लं आणि तो गुपचूप बाहेर पडला.

त्यानंतर दररोज तो असंच करू लागला. जेव्हा तो घरातून खाऊनपिऊन बाहेर पडायचा, तेव्हा त्या गल्लीतली कुत्री त्याला घेरून टाकत. चित्रांगला पाहून ती

भुंकायची आणि त्याला बोचकारायची, ढकलायची. तो रक्तबंबाळ होऊन जायचा. गल्लीतल्या कुत्र्यांनी त्याला जगणं कठीण केलं होतं.

एक दिवस चित्रांगनं विचार केला, 'यापेक्षा तर आपला देशच चांगला होता. तिथं आपलं पोट जरी कसंबसं भरत होतं, तरी हा रोजचा त्रास तर नव्हता.'

असा विचार करून चित्रांग परत आपल्या गावी आला. त्याच्या दोस्तांनी विचारलं, ''मित्रा, तुझं परदेशात कसं काय चाललं होतं, ते सांग तरी.''

चित्रांगनं उत्तर दिलं, ''परदेशात तसं खूप सुख होतं. पोटभर जेवण मिळत होतं. पण तरीही आपला देशच चांगला वाटतो. दुसऱ्या गावात आपलेच भाईबंद राहू देत नाहीत. म्हणूनच मी हिंडून-फिरून आपल्याच देशात परत आलो आहे.''

तात्पर्य : आपल्या नातलगांमध्येच राहायला सर्वांना आवडतं.

कबुतराचं बलिदान

कोण्या एका जंगलात एक शिकारी हिंडत असे. तो पशू-पक्ष्यांना पकडायचा आणि त्यांना मारून टाकायचा. त्याला कोणी मित्र नव्हते. तो नेहमी जाळं, दंडुका आणि पिंजरा घेऊन जंगलामध्ये हिंडत असे.

एक दिवस त्या शिकाऱ्यानं एका कबुतराच्या मादीला पकडलं आणि पिंजऱ्यात ठेवून दिलं. एवढ्यात जंगलामध्ये दाट अंधारून आलं. जोरदार वादळ सुटलं आणि मुसळधार पाऊस पडू लागला.

शिकारी थंडीनं कुडकुडू लागला, म्हणून त्यानं एका झाडाचा आडोसा घेतला.

तो निराश स्वरात म्हणाला, ''इथे जे कुणी राहत असेल, त्याला मी शरण आलो आहे.''

त्याच झाडावर एक कबुतर आपल्या पत्नीबरोबर राहत होतं.

त्या दिवशी त्याची पत्नी अजून परत आलेली नव्हती. वादळ-पावसामध्ये अडकून तिचं काय झालं असेल? पत्नीच्या आठवणीनं कबुतर दुःखी झालं होतं. शिकाऱ्यानं पकडलेली कबुतराची मादीच त्याची पत्नी होती.

शिकाऱ्याची विनवणी पिंजऱ्यातल्या कबुतराच्या मादीनं ऐकली.

ती झाडावरच्या कबुतराला म्हणाली, ''आता हा शिकारी तुला शरण आला आहे. अतिथी समजून त्याचं आदरातिथ्य कर. त्यानं मला पिंजऱ्यात बंद करून ठेवलं आहे, म्हणून त्याचा तिरस्कार करू नकोस.''

कबुतरानं शिकाऱ्याला विचारलं, ''बंधू, मी तुझी काय सेवा करू?''

शिकारी कुडकुडत म्हणाला, ''मला आता खूप थंडी वाजते आहे. ही थंडी घालवण्यासाठी काहीतरी उपाय कर.''

कबुतरानं एक जळतं लाकूड आणलं. त्या लाकडानं त्यानं वाळकी पानं पेटवली. मग तो शिकाऱ्याला म्हणाला, ''या शेकोटीच्या उष्णतेने तू तुझी थंडी दूर कर. जंगलात सहज मिळेल ते खाऊन मी माझी भूक भागवतो. पण तुझी भूक भागवण्यासाठी काय करावं, हे माझ्या लक्षात येत नाही.''

कबुतर त्याच्याशी बोलत होतं; पण कबुतरीला का पकडलं, याविषयी शिकाऱ्याला त्यानं काही विचारलं नाही. थोड्या वेळानं ते शिकाऱ्याला म्हणालं, ''आता मी तुझी भूक भागवण्यासाठी उपाय करतो.''

असं म्हणून कबुतर थोडा वेळ शेकोटीच्या चहूबाजूंनी फिरत राहिलं. मग अचानक त्यानं आगीत उडी मारली.

हे दृश्य पाहून शिकारी आश्चर्यचकित झाला.

तो म्हणाला, ''हे छोटंसं कबुतर किती महान आहे! स्वत:चं मांस मला खाऊ घालण्यासाठी त्यानं स्वत: आगीत उडी मारली.''

शिकाऱ्याला आपलं जगणं खूप कसंतरी वाटू लागलं. कबुतराचा उदार स्वभाव पाहून शिकारी खूप प्रभावित झाला. त्याच्या डोळ्यांतून अश्रू वाहू लागले. त्यानं त्याचं जाळं आणि दंडुका फेकून दिला. पिंजऱ्यातल्या बंद कबुतरीला सोडून दिलं.

आगीत जळून मरणाऱ्या आपल्या पतीजवळ बसून कबुतरी रडू लागली. त्याचा वियोग न सहन होऊन तिनंसुद्धा आगीत उडी मारली.

अशा प्रकारे शरण आलेल्या शिकाऱ्यासाठी कबुतर आणि कबुतरी दोघांनीही बलिदान दिलं.

तात्पर्य : जमेल तशी अतिथीची सेवा करावी.

धूर्त कोल्हा

एका जंगलामध्ये एक कोल्हा राहत होता. भक्ष्याच्या शोधात तो चुकून गावात गेला. तिथे काही कुत्री त्याच्या मागे लागली. कोल्हा घाबरला आणि एका परटाच्या घरात घुसला. अंगणामध्ये एक पाण्याचं भांडं होतं. त्यामध्ये निळा रंग मिसळला होता. कुत्र्यांच्या भीतीनं कोल्ह्यानं भांड्यात उडी मारली. भांड्यातून कोल्हा बाहेर आला, तर तो पूर्णपणे निळा झाला होता.

कुत्र्यांनी निळ्या कोल्ह्याला पाहिलं. हा कोणीतरी विचित्र आणि भयंकर प्राणी आहे, असं वाटून कुत्री पळून गेली.

ही संधी साधून कोल्हा पळाला; तो सरळ जंगलात गेला.

निळ्या रंगाचा प्राणी पाहून सिंह-वाघसुद्धा घाबरले. जंगलातले सर्व प्राणी इकडेतिकडे पळू लागले.

सर्व प्राणी घाबरलेले पाहून धूर्त कोल्हा म्हणाला, ''मित्रांनो, तुम्ही मला पाहून असे पळताय का? प्राण्यांना कोणी राजा नव्हता ना, म्हणून परमेश्वरानं मला घडवलं. देवानं मला सांगितलं, 'आजपासून तू सर्व प्राण्यांचा राजा. तू पृथ्वीवर जाऊन जंगली प्राण्यांचं पालन कर.' मी परमेश्वराच्या आज्ञेनंच इथे आलो आहे.''

निळा प्राणी सर्वांचा राजा आहे, हे ऐकून सिंह, वाघ वगैरे प्राणी त्याच्याजवळ येऊन बसले. त्या निळ्या प्राण्याला खूश करण्यसाठी ते धडपडू लागले.

धूर्त कोल्ह्यानं सिंहाची महामंत्रिपदावर नेमणूक केली. वाघाला सेनाधिकारी बनवलं. लांडग्यांची रखवालदार म्हणून नेमणूक केली.

धूर्त निळ्या कोल्ह्यानं प्रत्येक प्राण्यावर कोणती ना कोणती जबाबदारी सोपवली. पण आपल्या जातीतल्या कोल्ह्यांशी तो बोललासुद्धा नाही. त्यांना त्यानं धक्के मारून बाहेर हाकलून दिलं.

वाघ, सिंह प्राणी जंगलात शिकार करायचे आणि ती कोल्ह्याच्या समोर आणून ठेवायचे. कोल्हा राजाप्रमाणे प्राण्याचं मांस सर्वांमध्ये वाटून द्यायचा.

अशा प्रकारे कोल्ह्याचा राज्यकारभार आरामात चालला होता.

एक दिवस तो राजदरबारात बसला होता. दुरून त्याला इतर कोल्ह्यांचं ओरडणं ऐकू आलं. ती कोल्हेकुई ऐकून निळा कोल्हासुद्धा आनंदित झाला; आणि त्यांच्या आवाजात आवाज मिसळून कोल्हेकुई करू लागला.

निळ्या कोल्ह्याचं ओरडणं ऐकून सिंह आणि इतर प्राण्यांच्या लक्षात आलं, की हा तर कोल्हा आहे. फसवून राजा झालाय. शिवाय आपल्यावर राज्यही करतोय. त्यांना इतका राग आला... त्यांनी एका फटक्यातच निळ्या कोल्ह्याला मारून टाकलं.

तात्पर्य : उगाच खोटा रुबाब करू नये.

चोर आणि ब्रह्मराक्षस

एका गावात एक गरीब ब्राह्मण राहत होता. त्याचं नाव द्रोण होतं. भिक्षा मागूनच तो उपजीविका करीत असे.

एकदा एका यजमानानं त्याला दोन खोंड दान दिले. गरीब ब्राह्मण मोठ्या कष्टांनी त्या दोन खोंडांचं पालनपोषण करू लागला.

काही दिवसांतच त्या खोंडांची वाढ झाली, ते सुदृढ, मोठे बैल झाले.

केव्हातरी एका चोरानं त्या दोन बैलांना पाहिलं. चोराच्या मनात मोह निर्माण झाला. एक दिवस रात्री चोरानं दोरखंड घेतला आणि त्या बैलांना चोरून नेण्यासाठी तो गरीब द्रोणाच्या घराकडे जाऊ लागला.

रस्त्यात त्याला एक भयंकर माणूस दिसला. त्याला अणकुचीदार दात, उंच नाक, लालभडक डोळे होते. त्याच्या डोक्यावर तांबडे लाल केस होते. त्या भयंकर माणसाला पाहून चोर भीतीनं कापू लागला.

चोरानं त्याला विचारलं, ''तुम्ही कोण?''

तो माणूस गडगडाटी आवाजात म्हणाला,''मी ब्रह्मराक्षस आहे. माझं नाव सत्यवचन.'' ब्रह्मराक्षसानं त्याला त्याची ओळख विचारली.

चोरानं स्वतःची ओळख सांगितली. त्यानं सांगितलं,''मी चोर आहे. द्रोण ब्राह्मणाचे बैल चोरायला मी त्याच्या घरी चाललो आहे.''

तेव्हा ब्रह्मराक्षस म्हणाला,''वा, फारच छान! आज तर मीसुद्धा द्रोण ब्राह्मणाच्या घरी जेवायला चाललो आहे.''

द्रोण ब्राह्मण जेवण करून झोपला होता. एवढ्यात ब्रह्मराक्षस त्याला मारून खाण्यासाठी अंगावर धावून गेला.

पण चोरानं ब्रह्मराक्षसाला अडवलं आणि त्याला म्हणाला, ''आधी मी बैलांना बांधून घेऊन जातो, नंतर तू ब्राह्मणाला मारून खा.''

ब्रह्मराक्षस म्हणाला, ''पण बैलांच्या ओरडण्यानं द्रोण जागा झाला, तर माझं काम होणार नाही. मी द्रोणाला खायला सुरूवात करतो, तू बैलांना घेऊन जा.''

चोर म्हणाला, ''पण आधीच जर काही गडबड झाली, तर मला बैलांना चोरून नेता येणार नाही.''

अशा प्रकारे दोघांचंही भांडण सुरू झालं. ते दोघंही मोठमोठ्या आवाजात बोलू लागले, ''मी पहिल्यांदा.... मी पहिल्यांदा!''

गडबड ऐकून ब्राह्मणाला जाग आली. ब्राह्मण जागा होत असलेला पाहून चोर ओरडून म्हणाला, ''अरे, ब्राह्मणा, हा राक्षस तुला खाणार आहे.''

ब्रह्मराक्षस लगेच म्हणाला, ''आणि हा बैलांची चोरी करायला आला आहे.''

ब्राह्मण पूर्ण जागा झाला. त्यानं आपल्या इष्टदेवतांची प्रार्थना केली, मंत्र म्हटले आणि ब्रह्मराक्षसापासून स्वत:चं रक्षण केलं.

नंतर दंडुका घेतला आणि चोराला जोरजोरात बडवून पळवून लावलं.

तात्पर्य : एकमेकांचा द्वेष केला, तर कोणाचाच फायदा होत नाही.

हुशार माकड

नदीच्या काठावर जांभळाचं एक भलं मोठं झाड होतं. त्या झाडाला खूप गोड फळं यायची. त्याच झाडावर एक माकड राहत होतं.

एकदा एक नर मगर नदीबाहेर आला आणि वाळूवर येऊन पसरला.

आपल्याकडे कोणी पाहुणा आला आहे, असं समजून माकडानं त्या नर मगराला गोड गोड जांभळं खायला दिली.

त्या दिवसानंतर नर मगर रोजच तिथं येऊ लागला. माकड त्याला गोड गोड जांभळं खायला देऊन आदरातिथ्य करायचे. झाडाच्या सावलीत बसून ती दोघं एकमेकांशी खूप गप्पागोष्टी करायचे.

हळूहळू त्या दोघांमध्ये दाट मैत्री झाली.

आता नर मगर आपल्या बायकोसाठी रोज गोड जांभळं घेऊन जाऊ लागला.

एक दिवस मगराची बायको त्याला म्हणाली, ‘‘तुमचा हा मित्र दररोजच गोड जांभळं खातो, म्हणून त्याचं काळीज- हृदयसुद्धा खूप गोड असलं पाहिजे. तुम्ही मला त्याचं काळीज आणून द्या. मला त्याची चव बघायची आहे.

मगर म्हणाला, ''तू असं कसं बोलतेस? माकड तर मला भावासारखं आहे. मी त्याच्याशी असं वागणार नाही.''

पण मगराच्या बायकोनं हट्ट धरला. या गोष्टीवरून ती सारखी भांडायला लागली.

अखेर मगरानं एक मार्ग शोधला.

दुसऱ्या दिवशी नर मगर नेहमीपेक्षा खूप उशिरा बाहेर आला.

माकडानं त्याला विचारलं, ''मित्रा, आज इतक्या उशिरा का आलास?''

मगर म्हणाला, ''माझी बायको माझ्यावर रागवली आहे. तू आमच्या घरी यावंस, अशी तिची इच्छा आहे. माझ्या पत्नीला तुझं आदरातिथ्य करायची इच्छा आहे.''

माकड म्हणालं, ''एक अडचण आहे. तुझं घर तर पाण्यात आहे, मला तिथं कसं येता येईल?

म्हणून तू वहिनीलाच इथं घेऊन ये.''

मगर म्हणाला, ''मित्रा, तू काळजी करू नकोस. मी तुला माझ्या पाठीवरून घरी घेऊन जाईन.''

माकडाला मगराचं म्हणणं पटलं. ते मोठ्या आनंदानं मगराच्या पाठीवर बसलं.

नदीच्या मध्यावर पोचताच मगरानं पाण्यात बुडी घेतली. माकड घाबरलं. ते मगराला म्हणालं, ''अरे, असं काय करतोस? अशानं मी पाण्यात बुडून मरून जाईन.''

मगर म्हणाला, "म्हणूनच तर मी तुला इथपर्यंत आणलंय. माझ्या बायकोला तुझं गोड काळीज खाण्याची इच्छा झाली आहे."

माकड मोठं हुशार होतं. धीटपणे म्हणालं, "अरे, हे तू मला आधीच का नाही बोललास? माझं काळीज मी जांभळाच्या झाडावरच ठेवून आलोय. माहीत असतं, तर मी काळीज बरोबर घेऊनच आलो असतो."

मगर म्हणाला, "मित्रा, मी आता काय करू? माझी बायको तर हट्टाला पेटली आहे. या गोष्टीवरून तिनं मला जगणं अशक्य करून टाकलंय. काहीही कर; पण मला तुझं काळीज दे."

मगरानं माकडाला परत पाठीवर घेतलं आणि ते जांभळाच्या झाडाकडे निघाले.

नदीकाठावर पोहोचल्यावर लगेच माकड उड्या मारत झाडावर गेलं.

वाट पाहून थोड्या वेळानं मगर ओरडला, "मित्रा, तुझं काळीज तर दे; तुझी वहिनी वाट पाहत असेल."

माकड म्हणाले, "अरे मूर्खा, तू दगाबाज आहेस. कुणाचंही काळीज शरीराच्या बाहेर असत नाही. ते आपल्या छातीमध्येच धडधडत असतं. आता तू इथून निघून जा. परत कधीही इथं येऊ नकोस. बायकोसाठी मित्राला फसवत होतास?"

हुशार माकडानं मगरापासून स्वत:चा जीव वाचवला. पण बिचाऱ्या मगरानं मात्र चांगला मित्र गमावला.

तात्पर्य : मैत्रीमधे कधीच फसवू नये.

नकली युधिष्ठिर

एक कुंभार एकदा दारूच्या नशेत चालताना अडखळून पडला. त्याच्या डोक्याला जखम झाली. ती बरी व्हायला बरेच दिवस लागले. त्याच वेळेला त्या गावात दुष्काळ

पडला. कुंभार आपलं गाव सोडून दुसऱ्या गावी निघाला. भटकत भटकत एक दिवस तो राजदरबारात येऊन पोहोचला. कुंभाराच्या डोक्यावरच्या खोल जखमेची खूण पाहून राजाला वाटलं, हा नक्कीच कोणीतरी शूर माणूस असावा. कोणाशी तरी मोठ्या शौर्यानं युद्ध करत असताना शस्त्राचा घाव बसला असावा. लगेच राजानं सैन्यातल्या एका महत्त्वाच्या पदावर त्याची नेमणूक केली. इतकंच नाही, तर तो राजाच्या खास मर्जीतला झाला.

एवढा मानसन्मान मिळालेला पाहून इतर राजदरबारी त्याचा द्वेष करू लागले. एकदा राजानं युद्धाची तयारी सुरू केली. तेव्हा सगळे योद्धे लढाईसाठी तयार होत होते. कुंभार मात्र गोंधळात पडला होता. राजानं त्याला विचारलं, "तुझं नाव काय? तुझी ही जखम कोणत्या युद्धात झाली?"

कुंभार म्हणाला, "महाराज, माझ्या डोक्याची ही जखम कुठल्याही युद्धात झालेली नाही; तर एकदा दारूच्या नशेत पडल्यामुळे मला ही जखम झाली आहे. मी व्यवसायानं कुंभार आहे. माझं नाव युधिष्ठिर आहे."

राजाला स्वत:च्या वागण्याची लाज वाटली. आपली चूक राजाच्या लक्षात आली. त्याच्यासाठी राजानं स्वत:च्या अनेक शूर-वीर योद्ध्यांची उपेक्षा केली होती. राजानं त्या कुंभाराला सैन्यातून काढून टाकलं.

तात्पर्य : नीट चौकशी केल्याशिवाय कोणालाही मोठं पद देऊ नये.

मुंडण-पर्व

खूप शक्तिमान आणि विजयी असा एक पराक्रमी राजा होता. त्याचं नाव नंद होतं. त्याच्या प्रधानाचं नाव वररुची होतं. तो सर्व शास्त्रांत पारंगत आणि विचारवंत होता. त्याचं आपल्या बायकोवर खूप प्रेम होतं.

एकदा कुठल्या तरी कारणावरून त्याचं आपल्या बायकोशी भांडण झालं.

त्याची बायको त्याच्यावर नाराज झाली. 'उपोषण करून जीव देईन,' असं म्हणू लागली.

वररुचीनं तिची खूप मनधरणी केली. तो तिला म्हणाला, "मी काय केलं, म्हणजे तू खूश होशील, सांग!"

बायको म्हणाली, "तुम्ही आपल्या डोक्याचं मुंडण करा आणि माझ्या पाया पडा."

वररुचीनं ती म्हणत होती, त्याप्रमाणे केलं. त्याची बायको खूश झाली.

अशाच प्रकारे नंद राजाची बायकोसुद्धा रागावली आणि ती त्याच्याशी भांडण करू लागली. राजाचंसुद्धा आपल्या पट्टराणीवर खूप प्रेम होतं. म्हणून त्यानं विचारलं, "तुला खूश करण्यासाठी मी काय करू?"

बायको म्हणाली, "तुम्ही घोड्याप्रमाणे आपल्या तोंडात लगाम घाला. नंतर मी तुमच्यावर स्वार होईन, तेव्हा तुम्ही घोड्याप्रमाणं खिंकाळायचं."

नंद राजाचा नाइलाज झाला. बायकोला प्रसन्न करण्यासाठी त्यानं तिच्या म्हणण्याप्रमाणे सर्व काही केलं.

दुसऱ्या दिवशी राजसभेमध्ये प्रधान वररुचीनं मुंडण केलेलं पाहून राजानं विचारलं, ''प्रधानमंत्री, कोणत्या कारणास्तव तुम्ही हे मुंडण केलंत?''

चतुर प्रधानमंत्री सर्व जाणून होता. तो म्हणाला, ''महाराज केवळ बायकोच्या हट्टासाठी घोड्याप्रमाणे वागण्यापेक्षा केसांचं मुंडण करणं तरी बरं.''

राजा शरमेनं गप्प झाला.

तात्पर्य : प्रिय माणसाच्या हट्टासाठी काहीतरी लाजिरवाणी गोष्ट करू नये.

आवाजानं गुपित फोडलं

एका गावात एक परीट राहत होता. त्यानं एक गाढव पाळलं होतं. त्या गाढवाला चांगला चारा खायला न मिळाल्यामुळे ते फार अशक्त झालं होतं.

एक दिवस परटाला जंगलात हिंडताना वाघाचं कातडं सापडलं. त्यानं विचार केला, रात्री गाढवाला वाघाचं कातडं पांघरून ते कोणाच्या तरी शेतात सोडावं.

गावातले लोक त्याला वाघ समजतील आणि त्याच्या जवळ येणार नाहीत. शेतात चरून गाढव चांगलं धष्टपुष्ट आणि ताजंतवानं होईल.

एका रात्री वाघाचं कातडं पांघरून गाढव शेतात चरत होतं. इतक्यात त्याला दुरून कुठून तरी गाढवाचं ओरडणं ऐकू आलं. ते ऐकून त्याला इतका आनंद झाला की तेही मजेत ओरडू लागलं.

गाढवाचा आवाज ऐकून शेताचे राखणदार धावत आले. काठ्यांनी धोपटून धोपटून त्यांनी त्या गाढवाला बेजार केलं.

तात्पर्य : खोटं सोंग फार काळ टिकत नाही.

कान आणि हृदय नसलेलं गाढव

एका जंगलात एक सिंह राहत होता. एक कोल्हा त्याचा नोकर होता.

एकदा सिंहाची हत्तीशी लढाई झाली. त्या लढाईत सिंह खूप जखमी झाला. त्याला हिंडता-फिरता येईना.

जेवण न मिळाल्यानं कोल्हाही उपाशी होता. एकदा सिंह कोल्ह्याला म्हणाला, ''जा, एखादा प्राणी शोधून आण. त्याला मारून आपण आपली भूक भागवू या.''

प्राणी शोधत शोधत कोल्हा एका गावात आला. तिथं त्यानं एका गाढवाला चरताना पाहिलं. कोल्हा गाढवाजवळ गेला आणि म्हणाला, ''नमस्कार, आज खूप दिवसांनी दिसत आहात. तुम्ही इतके अशक्त कसे झालात?''

गाढव म्हणालं, ''मित्रा, काही विचारू नकोस. माझा मालक मला खायला पोटभर गवत देत नाही. हे असलं धुळीनं भरलेलं गवत खाऊन कसंबसं पोट भरतो.''

कोल्हा म्हणाला, ''मामा, तिकडे नदीकाठी गवताचं मोठं कुरण आहे. तुम्ही तिकडे चला आणि माझ्याबरोबर आनंदानं राहा.''

गाढव म्हणालं, ''मित्रा, मी तर गावात राहणारा गाढव आहे. जंगलातल्या प्राण्यांबरोबर मला कसं राहता येईल?''

कोल्हा म्हणाला, ''मामा काळजी करू नका. तिथं कसलीही भीती नाही. तिथं तीन गाढवीसुद्धा आहेत. त्या एकट्याच आहेत. तुम्ही त्यांच्यासाठी एकदम योग्य आहात. कदाचित त्या तिघीही तुमच्याशी लग्न करतील.''

कोल्ह्याचं बोलणं ऐकून गाढवाला मोह अनावर झाला. सिंह जिथं लपून बसला होता, तिथं कोल्ह्यानं गाढवाला नेलं. सिंहानं गाढवाला पंजा मारला; पण गाढवाला काही इजा झाली नाही. पण ते घाबरलं आणि पळून दूर जाऊन उभं राहिलं.

कोल्हा निराश झाला आणि सिंहाला हळूच म्हणाला, ''तू तर अगदीच निरुपयोगी झाला आहेस. मरतुकड्या गाढवालाही मारू शकत नाहीस. मग हत्तीशी लढाई कशी करणार?''

सिंह म्हणाला, ''मी त्या वेळी तयारीत नव्हतो, म्हणून असं झालं.''

कोल्हा म्हणाला, ''ठीक आहे. आता मात्र तू पूर्ण तयारीत राहा. मी त्याला परत घेऊन येतो.''

कोल्हा पुन्हा गाढवाकडे गेला. कोल्ह्याला पाहताच गाढव म्हणाला,''तू तर मला जणू मृत्यूच्याच तोंडात नेलं होतंस. तो कोण प्राणी होता, कुणास ठाऊक! कसा तरी जीव वाचवून मी तिथून पळालो.''

कोल्हाही हसत हसत म्हणाला, ''अरे मामा, तू तिला ओळखलं नाहीस! ती तर गाढव होती. तिनं तुझं प्रेमानं स्वागत करण्यासाठी हात पुढे केला होता; पण तू मोठाच भित्रा निघालास! त्या बिचारीनं तुला मनोमन वरलं आहे; तू जर तिला आता भेटला नाहीस तर ती जीवसुद्धा देईल!'' गाढव पुन्हा एकदा कोल्ह्याच्या बोलण्याला फसलं

आणि त्याच्याबरोबर गेलं.

या वेळेस मात्र सिंहानं चूक केली नाही. त्यानं एका झपाट्यात गाढवाला मारून टाकलं. जेवण करण्यापूर्वी अंघोळ करण्यासाठी सिंह निघून गेला.

सिंह परत येण्यापूर्वी कोल्ह्यांनं गाढवाचे दोन्ही कान आणि त्याबरोबरच त्याचं हृदयसुद्धा खाऊन टाकलं.

सिंह अंघोळ करून परत आला.

कोल्ह्याचा उपद्व्याप पाहून नाराज होत म्हणाला, "अरे कोल्ह्याच्या बच्च्या, तू माझं जेवण उष्टं केलंस? तू याचं हृदय आणि कान का खाऊन टाकलेस?"

लबाड कोल्हा नम्रतेनं म्हणाला, "महाराज, मी तर काहीही खाल्लं नाही! या गाढवाला कान आणि हृदय नव्हतंच मुळी! याला जर कान आणि हृदय असतं, तर हा माझ्याबरोबर पुन्हा कसा आला असता?" कोल्ह्याच्या बोलण्यावर सिंहाचा विश्वास बसला आणि तो शांतपणे जेवण करू लागला.

तात्पर्य : दुबळ्या प्राण्याला कोणीही फसवू शकतं

सुजाण शत्रुत्व

एका गावात एक ब्राह्मण राहत होता. तो प्रचंड विद्वान होता; पण मागच्या जन्मातल्या संस्कारांमुळे तो चोरी करत असे.

एक दिवस तो गावातून हिंडत होता, तेव्हा त्यानं दुसऱ्या राज्यातून आलेले चार

ब्राह्मण पाहिले. बरोबर आणलेल्या अनेक मौल्यवान वस्तू ते ब्राह्मण बाजारात विकत होते. त्यांच्याकडे खूप धन जमा झालं.

ते पाहून चोर ब्राह्मणाची नियत बदलली. 'कोणत्यातरी मार्गानं यांचं धन पळवलं, तर बरेच दिवस चोरी करावी लागणार नाही,' असा विचार करून तो त्या ब्राह्मणांजवळ जाऊन बसला. त्यांच्याशी गोड-गोड बोलून त्यानं त्यांचा विश्वास संपादन केला. त्यांचं मन जिंकण्यासाठी तो त्यांची सेवाही करू लागला.

एक दिवस त्या चार ब्राह्मणांनी स्वत:कडचा सगळा माल विकला. त्या पैशातून बरीचशी मौल्यवान रत्नं खरेदी केली. चोरी होईल, अशी भीती वाटून त्यांनी ती रत्नं आपापल्या मांड्यांमध्ये लपवून ठेवली. ब्राह्मण परत जायची तयारी करू लागले. तो चोर ब्राह्मण काळजीत पडला. त्यानं विचार केला, 'इथं तर त्यांच्याकडचा माल

पळवता येणार नाही, त्यांच्याबरोबर जाणंच योग्य होईल. रस्त्यात त्या ब्राह्मणांना विष देऊन ठार करू. नंतर सगळी रत्नं माझी होतील.'

त्यानं त्यांना विनवलं, "मला तुमच्या सहवासाचा फार मोह पडला आहे. इथं एकटं

राहण्यात माझं मन लागत नाही. तेव्हा मलासुद्धा तुमच्याबरोबर न्या.''

त्यांनी त्या चोर ब्राह्मणाला आपल्याबरोबर घेतलं. ते पाचही जण आता एका घनदाट जंगलाच्या मध्य भागातून चालत होते.

एवढ्यात डाकूंनी पाळलेले कावळे ओरडू लागले. 'पाहा, लाखो रुपयांची रत्नं घेऊन ही धनवान माणसं चालली आहेत. त्यांना मारून रत्नांची लुटालूट करा!'

दरोडेखोरांनी लगेचच त्या ब्राह्मणांना बदडून जखमी केलं. चोरांनी त्यांची झडती घेतली. त्यांना कोणतीही रत्नं सापडली नाहीत. चोर आश्चर्यचकित होऊन म्हणाले, ''अरे, आमच्या या पक्ष्यांनी दिलेली बातमी कधी खोटी ठरली नाही. तुम्ही आपली संपत्ती कुठे लपवली आहे ते दाखवा. नाहीतर तुम्हाला ठार मारून टाकू.''

ब्राह्मण चोरानं विचार केला, 'हे दरोडेखोर तसं ऐकणार नाहीत. ते सर्व ब्राह्मणांना मारून टाकतील आणि सगळी रत्नं घेतल्यावर आपलीसुद्धा हत्या करतील. आपल्यालाही एक दिवस मरायचं आहेच. मग या बिचाऱ्या ब्राह्मणांचं रक्षण करण्याकरता मी स्वत:चंच बलिदान का करू नये?'

तो चोरांना म्हणाला, ''तुमचा जर आमच्या सांगण्यावर विश्वास बसत नसेल, तर असं करा. मला ठार मारा. मी शरीरात कुठं रत्नं लपवून ठेवली आहेत का, हे पाहा.''

चोरांनी त्याला ठार मारलं. त्याच्या शरीरात कापून पाहिलं; पण एकही रत्न आढळलं नाही. त्याची हत्या केल्याचा त्या चोरांना पश्चात्ताप झाला. त्यांनी त्या चारही ब्राह्मणांची सुटका केली.

तात्पर्य - वाईट माणसाचा मूळ चांगला स्वभाव दिसून येतोच.

चातुर्य

वडाच्या एका झाडावर एक कावळ्याचं जोडपं राहत होतं. ते फार दुःखी होतं. त्यांची पिल्लं झाडाच्या ढोलीत राहणारा एक साप खाऊन टाकत असे. त्यामुळे ती कावळ्याची जोडी फारच त्रासून गेली होती.

एकदा ते दोघं आपल्या मित्राकडे- कोल्ह्याकडे गेले. दोघांनी आपलं दुःख त्याला सांगितलं.

''एक दुष्ट काळा साप आमच्या पिल्लांना खाऊन टाकतो. तिथंच आम्ही राहतो. आता आमच्या जिवालासुद्धा धोका निर्माण झाला आहे.''

कोल्हा म्हणाला, ''दुःखी होऊ नका. त्या लोभी सापाला कोणत्या तरी उपायानंच ठार मारलं पाहिजे. काही वेळा चातुर्य दाखवूनच विजय मिळतो; तो शस्त्राच्या जोरावरही मिळू शकत नाही.''

त्यावर कावळ्यानं कोल्ह्याला विचारलं, ''मित्रा, आता तूच

काहीतरी मार्ग सांग. त्या दुष्ट सापाला कसं ठार मारता येईल?''

कोल्हा म्हणाला, ''तुम्ही गावात जा. एखाद्या माणसाचा काही दागिना दिसला, तर तो घेऊन उडून या. तो दागिना सापाच्या ढोलीमध्ये टाकून द्या. बस्स, तो साप नक्कीच मरेल.''

कावळा लगेचच गावाच्या दिशेनं उडत गेला. एका सरोवरात राजमहालातल्या स्त्रिया स्नान करत होत्या. या स्त्रियांनी आपले कपडे आणि दागिने काढून सरोवराच्या

काठावर ठेवले होते. त्यांमध्ये एक सोन्याचा हारसुद्धा होता. कावळ्यानं झडप घालून तो हार पळवला.

पहारेकऱ्यांनी ते पाहिलं. ते कावळ्याचा पाठलाग करू लागले. कावळ्यानं सोन्याचा हार सापाच्या ढोलीमध्ये टाकला. राजाचे सैनिक त्या ढोलीजवळ आले.

त्यांनी तिथं एक काळा साप फणा उगारून बसलेला पाहिला. त्यांनी लगेच त्या सापाला ठार मारलं आणि हार घेऊन परत गेले. तेव्हापासून कावळा आणि त्याचं कुटुंब झाडावर आनंदानं राहू लागलं.

तात्पर्य - चांगल्या मित्राचा सल्ला नेहमीच फायदेशीर ठरतो.

कपटी मित्र

एका जंगलात एक सिंह राहत होता. चित्ता, कावळा आणि एक कोल्हा त्याचे आवडते सेवक होते.

एकदा एक उंट कुठून तरी जंगलात आला.

सिंह म्हणाला, ''हा तर विचित्र प्राणी आहे. सर्व जण जा. हा जंगली प्राणी आहे का गावात राहणारा आहे, याचा शोध घ्या.''

हे ऐकून कावळा म्हणाला, ''महाराज, हा गावात राहणारा प्राणी आहे. त्याला ठार

मारून आपलं जेवण करा.''

सिंह म्हणाला, ''घरी आलेल्या प्राण्यांना मी मारत नाही. माझ्याकडून त्याला अभय द्या आणि इथे घेऊन या.''

तिघं उंटाला घेऊन आले. उंटानं सिंहाला प्रणाम केला. त्याला सांगितलं, ''जंगलात आमचा कळप होता. माझी वाट चुकली. त्यांच्याशी ताटातूट झाली.'' त्यावर सिंह म्हणाला, ''मित्रा, उंटा, गावात तू परत जाऊन ओझीच ओढणार ना? आता जंगलात राहा, हिरवं हिरवं गवत खा आणि मस्त हिंडत राहा.

उंटानं सिंहाचं म्हणणं ऐकलं. तो त्या जंगलात आनंदानं राहू लागला.

एक दिवस सिंह आणि एक रानटी हत्ती यांच्यात लढाई जुंपली. शक्तिमान हत्तीनं सिंहाला खूपच जखमी केलं. सिंह तर

हिंडण्या-फिरण्याच्याही लायकीचा राहिला नाही. त्यामुळे त्याचे सेवकसुद्धा भुकेनं हैराण होऊ लागले. एक दिवस सिंह उंटाला म्हणाला, ''जा आणि एखादा चांगला प्राणी घेऊन ये. त्याला मारून आपल्या जेवणाची व्यवस्था होईल.''

चारही सेवक हिंडू लागले. पण त्यांना तसा प्राणी मिळाला नाही. तेव्हा कोल्ह्यानं आणि कावळ्यानं एकमेकांत चर्चा केली.

''आज आपण उंटाचंच जेवण का करू नये?''

कावळा म्हणाला, ''तू म्हणतोस ते एकदम बरोबर आहे. उंट खूप मोठा आणि सशक्त झाला आहे. पण अडचण अशी, की त्याला सिंहानं अभयदान दिलं आहे.''

मग कोल्ह्यानं सिंहाला विनंती केली, ''महाराज, आम्ही दिवसभर जंगलातून भटकत आहोत; पण आपल्या खाण्यायोग्य प्राणी अजून मिळाला नाही. महाराजांची आज्ञा असेल, तर आज उंटाच्या मांसाचं जेवण करू या.''

हे ऐकून सिंहाला राग आला. तो म्हणाला, ''तू पापी आणि नीच आहेस.

तुझा धिक्कार असो. ज्याला मी अभयदान दिलं आहे, त्याला मी कसा मारेन? तू पुन्हा जर असं काही बोललास, तर ताबडतोब तुलाच मारून टाकीन.''

कोल्हा म्हणाला, ''महाराज, तुम्ही उंटाला अभयदान दिलं आहे, हे बरोबर आहे; तुम्ही जर त्याला ठार मारलं, तर तुम्हाला पाप लागेल. पण उंटानं स्वतःहून तुमच्या समोर स्वतःला अर्पण केलं, तर तुम्हाला पाप लागणार नाही. हे शक्य नसेल, तर तुम्ही आम्हा तिघांपैकी एकाला ठार करा. आमचं आयुष्य तुमच्यासाठी उपयोगी आलं,

तर आमचं भाग्यच आहे.''

कोल्ह्याचं बोलणं ऐकून सिंह गप्प राहिला.

कोल्हा तिथून गेला आणि त्यानं साथीदारांना सांगितलं, ''आपल्या महाराजांची तब्येत खूप खराब झाली आहे, महाराज जर जिवंत राहिले नाहीत, तर आपलं रक्षण कोण करणार? आपण सर्वांनी महाराजांचा प्राण वाचवण्यासाठी पाळीपाळीनं आपला जीव त्यांना अर्पण करू या.''

तेव्हा कावळा म्हणाला, ''महाराज, शिकार काही मिळाली नाही. म्हणून मी स्वतःलाच तुम्हाला अर्पण करतो. तुम्ही मला मारून जेवण करा आणि स्वतःच्या जिवाचं रक्षण करा.''

कोल्ह्यानं कावळ्याला दुसरीकडं ढकललं आणि तो म्हणाला, ''तू शरीरानं खूप लहान आहेस. तुला खाऊन महाराजांची भूक काही भागणार नाही. तू आपलं कर्तव्य दाखवलंस; आता मागं हो. मी महाराजांच्या सेवेसाठी स्वतःलाच अर्पण करतो. मला खाऊन महाराज, आपण भूक भागवा.'' त्यानंतर चित्ता पुढे आला आणि म्हणाला, ''कोल्ह्या, तू पण खूप लहान आहेस. तुझी नखं शस्त्रासारखी धारदार आहेत. तू खाण्याच्या लायकीचा नाहीस. तू इथून दूर हो. महाराज मला मारून माझं जेवण करून खातील.''

त्या सर्वांचं बोलणं ऐकून उंटानं विचार केला, 'सर्वांनी तयारी दाखवली, पण महाराजांनी कोणलाही मारलं नाही. मलाही त्यांच्यावरची माझी निष्ठा दाखवायला हवी.'

उंट सिंहासमोर येऊन म्हणाला, ''महाराज, यांच्यापैकी कोणीही आपल्या खाण्याच्या लायकीचे नाहीत; तुम्ही मला मारून आपली भूक भागवा.''

उंटानं असं म्हणताच कोल्ह्यानं आणि चित्त्यानं त्याला मारून टाकलं. सर्वांनी मिळून आपापली भूक भागवली.

तात्पर्य - कपटी मित्रांमुळे आयुष्य धोक्यात येतं.

संन्यासी आणि उंदीर

एका गावात एक संन्यासी भिक्षा मागून जगत होता. भिक्षा मिळालेल्या अन्नातूनही काही अन्न उरत असे. ते अन्न रात्री झोपताना भांड्यामधे ठेवून, ते भांडं तो खुंटीवर टांगून ठेवत असे. सकाळ झाली, की ते उरलेलं अन्न मंदिराची साफसफाई करणाऱ्या लोकांना वाटत असे.

एक दिवस त्या मंदिरात राहणाऱ्या उंदरानं आपल्या राजाला सांगितलं,

“महाराज, या मंदिराचा पुजारी खूप पक्वान्नं आणतो. आपल्या भिक्षापात्रामध्ये ठेवून ते खुंटीला टांगून ठेवतो. तुम्ही जेवणासाठी उगाचच इकडेतिकडे भटकता. आम्ही पोहोचू शकत नाही, पण तुम्ही त्या अन्नापर्यंत नक्की पोहोचू शकता.”

हे ऐकून उंदरांचा राजा आपली टोळी घेऊन आला आणि भिक्षापात्र टांगलेल्या खुंटीपर्यंत जाऊन पोहोचला. एकाच उडीमध्ये तो भिक्षापात्रावर चढला. नंतर त्यानं

भिक्षापात्रामधली चविष्ट पक्वान्नं खाली विखरून दिली. सर्व उंदिरांनी, राजानं पोट भरून खाल्लं.

अशा रीतीनं दररोज रात्री उंदीर अन्न खायचे.

संन्यासी तसा पूर्ण सावध असायचा आणि उंदरांना हाकलून देण्याचे सर्व प्रयत्न

करायचा. पण रात्री संन्यासी झोपला, की लगेच उंदीरराजा आपलं सैन्य घेऊन यायचा आणि भिक्षापात्रामध्ये ठेवलेल्या अन्नाचा चट्टामट्टा करायचा.

संन्यासी वैतागला.

एक दिवस त्यानं जेवण लपवून ठेवण्यासाठी एक नवीन उपाय केला. त्यानं एक बांबू आणला. रात्री झोपताना तो बांबू जोरजोरानं भिक्षापात्रावर आपटू लागला. त्यामुळे उंदरांच्या खाण्यामधे अडथळे येऊ लागले. किती तरी वेळा मार खाण्याच्या भीतीनं अन्न न खाताच उंदीर पळून जाऊ लागले.

एक दिवस संन्याशाचा एक मित्र पाहुणा म्हणून आला. रात्री दोघांनी जेवण केलं आणि अंथरुणावर पडले. मित्र धार्मिक गोष्टी सांगू लागला. पण संन्याशाचं लक्ष मात्र उंदरांना हाकलण्याकडे होतं. त्याचा हा सतत चाललेला चाळा पाहून मित्र वैतागून म्हणाला, ''मी तुला इतक्या लांबून भेटायला, गप्पा मारायला आलो; माझ्या बोलण्याकडे तुझं मुळीच लक्ष नाही. मधनंच तुझं हे काय चाललंय? भिंतीवर अशी काठी का आपटतो आहेस?''

संन्यासी म्हणाला, ''मित्रा, काय करू? तुझ्या बोलण्याकडे माझं लक्ष आहे; पण हा उंदीर पाहिलास का? रोजच या शिल्लक राहिलेल्या अन्नाचा फन्ना उडवून टाकत असतो तो!''

हे ऐकून मित्र अंथरुणावरून उठला. त्यानं खुंटीवर टांगलेल्या भांड्यावर नजर

टाकली. तो म्हणाला, ‘‘उंदीर फार चलाख असतात. धाडसीही असतात. पण मला कळत नाही, एवढ्या उंचीवर तो चढून कसा काय जातो? नक्कीच काहीतरी गडबड आहे यामागे! बराच वेळ विचार केल्यावर तो म्हणाला, ‘‘उंदराच्या या धाडसी कृत्याचं रहस्य मला उलगडलं आहे. त्याच कारण आहे संपत्ती!’’ त्यानं विचारलं, ‘‘याचं बीळ कुठं आहे?’’

‘‘हो! मला माहीत आहे.’’ त्या दोघांनी कुदळीच्या साहाय्यानं उंदराचं बीळ पूर्ण खणून काढलं आणि त्यानं साठवलेली सारी संपत्ती बाहेर काढली.

त्या दिवसापासून त्या उंदरांचं येणं कमी झालं. एखाद्या वेळी अन्नाच्या दिशेनं पूर्वीप्रमाणे उडी मारण्याचा प्रयत्न करायचा, पण ते त्याला आता शक्य होईना.

तेव्हा तो मित्र म्हणाला, ‘‘हे याचं पूर्वजन्मीचं धन असलं पाहिजे. या संपत्तीच्या लोभानंच तो इथं रोज येत होता. अन्न पळवणं हे केवळ निमित्त. आता संपत्तीच नाही म्हटल्यावर तो येणारच नाही. पाहिलास पूर्वजन्मीच्या संपत्तीचा मोह?’’

खरंच त्यानंतर उंदरांचं येणं हळूहळू बंद झालं.

तात्पर्य - संपत्तीचा अतिलोभ चांगला नाही.

मित्रासाठी

एका गावात वडाचं एक मोठ्ठं झाड होतं. त्या झाडावर खूप पक्षी राहत असत. त्या झाडावर एक कावळाही राहत होता.

एक दिवस एका शिकाऱ्यानं झाडाजवळ जाऊन आपलं जाळं लावलं. त्यानं

जाळ्याजवळ तांदळाचे काही दाणे पसरून ठेवले आणि तो झाडाआड लपून बसला.

त्याच वेळी कबूतरांचा एक थवा तिथं आला. त्यांचा राजा चित्रग्रीव त्यांच्याबरोबर होता. कबूतरं खाली उतरून दाणे टिपायला लागली. ती त्या जाळ्यात अडकली. एकदम एवढी कबूतरं जाळ्यात अडकल्याची पाहून शिकारी अतिशय खूश झाला.

एवढ्यात कबूतरांच्या राजानं- चित्रग्रीवानं आज्ञा केली आणि सर्व कबूतरं जाळ्यासकट आकाशात उडाली.

शिकारी कबूतरांमागे पळू लागला. त्याच्या मनात आलं, आत्ता या पक्ष्यांमध्ये पक्की एकी आहे. पण नंतर उडता उडता त्यांच्यात वाद होतील आणि फूट पडेल.

कबूतरं जाळ्यासकट उडून गेली. राजा चित्रग्रीवानं पाहिलं, की आता शिकारी खूप मागे राहिला आहे. तो इतर कबूतरांना म्हणाला, "आपण सर्वांनी या दिशेकडे पुढेपुढे जायला हवं. तिथे माझा मित्र उंदरांचा राजा राहतो. तो हे जाळं कुरतडून आपल्याला या संकटातून निश्चितच मोकळं करेल. आपण सर्व जण संकटात सापडलो आहोत; पण घाबरून चालणार नाही. आता बुद्धीनंच काम करायला हवं. आता एकच उपाय आहे. सर्व जण मिळून मोठ्या वेगानं उडायला लागू.

सर्व कबूतरं उंदराच्या बिळाजवळ पोहोचली. बिळाच्या तोंडाशी जाऊन चित्रग्रीवानं हाक मारली, "अरे दोस्ता, लवकर ये. काय झालंय बघ."

चित्रग्रीवाचा आवाज ऐकून उंदराला खूप आनंद झाला. तो बिळाबाहेर आला. जाळ्यात अडकलेला आपला मित्र आणि कबूतरांचा थवा त्यानं पाहिला. त्यानं चित्रग्रीवाला विचारलं, "मित्रा, हे असं सर्व झालं कसं?"

चित्रग्रीव सांगू लागला, "अरे, दाणे टिपण्याच्या मोहानं आम्ही शिकाऱ्याच्या जाळ्यात अडकलो. आता तू या बंधनातून आम्हाला लवकरात लवकर मोकळं कर."

उंदरानं आपल्या धारदार

दातांनी कुरतडून जाळं तोडून टाकलं. तो चित्रग्रीवाला म्हणाला, ''आता तुम्ही सर्व जण आपापल्या घरी जा. परत काही संकट आलं, तर मला अवश्य सांगा.''

सर्व कबूतरं आनंदानं आपल्या ठिकाणाकडे परतली.

तात्पर्य - सहकार्य आणि एकी यामुळे संकटावर मात करता येते.

जशास तसे

एका गावात एका व्यापाऱ्याचा मुलगा राहत होता. दुर्दैवानं त्याची सर्व संपत्ती संपून गेली. म्हणून त्यानं विचार केला, की आता दुसऱ्या राज्यात जाऊन पुन्हा व्यापार सुरू करू या.

त्याच्याकडे एक किमती आणि मौल्यवान तराजू होता. त्याचं वजन एक हजार शेर एवढं होतं. त्यानं आपला तराजू एका शेठजीकडे गहाण ठेवला. मग व्यापार करायला तो दुसऱ्या राज्यात निघून गेला.

अनेक देश तो फिरला, व्यापार केला. खूप पैसे मिळवून तो घरी परत आला.

एक दिवस त्यानं शेठजींकडे आपला तराजू मागितला. शेठजी बेइमान झाले. ते

म्हणाले, '' मित्रा, मोठी दुर्घटना घडली. तुझा तराजू उंदरांनी खाऊन टाकला.''

व्यापारीपुत्र शेठजींना म्हणाला, ''शेठजी, उंदरांनीच तराजू खाल्ला असेल, तर तुम्ही तरी काय करणार? जाऊ दे. मी नदीवर स्नान करायला जातोय. तुम्ही तुमच्या मुलाला माझ्याबरोबर पाठवलंत, तर मोठी कृपा होईल.''

शेठजी मनातल्या मनात घाबरले होते. आपली चोरी सहजपणे पचत आहे, असं पाहून त्यांनी आपल्या मुलाला त्याच्याबरोबर पाठवलं.

स्नान झाल्यावर व्यापारीपुत्रानं शेठजींच्या मुलाला एका गुहेत लपवून ठेवलं. तो एकटाच शेठजींकडे परत आला. शेठजींनी विचारलं, ''माझा मुलगा कोठे आहे?''

त्यावर व्यापारीपुत्र म्हणाला, ''आम्ही नदीकिनाऱ्यावर बसलो होतो. अचानक एक ससाणा आला. त्यानं झडप घालून तुमच्या मुलाला उचलून नेलं.''

शेठजी रागानं लाल झाले. ते जोरजोरात ओरडून म्हणाले, ''तू खोटारडा आणि

लबाड आहेस. कोणी ससाणा एवढ्या मोठ्या मुलाला उचलून कसा नेईल? तू माझ्या मुलाला परत घेऊन ये, नाहीतर राजाकडे मी तुझ्याबद्दल तक्रार करेन.''

व्यापारीपुत्र म्हणाला, ''तुम्ही म्हणता ते बरोबर आहे.''

दोघेही जण न्याय मिळवायला राजदरबारात जाऊन पोचले.

शेठजींनी व्यापारीपुत्रावर आपल्या मुलाचं अपहरण केल्याचा आरोप केला.

न्यायाधीश म्हणाले, ''तू शेठजींच्या मुलाला परत देऊन टाक.''

त्यावर व्यापारीपुत्र म्हणाला, ''आम्ही नदीकिनाऱ्यावर बसलो होतो. तेवढ्यात एक मोठा ससाणा आला, त्यानं झडप घातली आणि त्यांच्या मुलाला पंज्यात पकडून तो उडून गेला. मी त्या मुलाला कुठून आणून देऊ?''

न्यायाधीश म्हणाले, ''तू खोटं बोलतोयस. ससाण्यासारखा एवढासा पक्षी एवढ्या मोठ्या मुलाला उचलून कसा नेऊ शकेल?''

यावर व्यापारीपुत्र म्हणाला, ''का नाही? एक हजार शेराचा माझा तराजू उंदीर

खाऊ शकतात; मग ससाणासुद्धा शेठजींच्या मुलाला उचलून नेऊ शकतो.''

न्यायाधीशांनी शेठजींना विचारलं, ''हा सर्व काय प्रकार आहे?''

शेवटी शेठजींनी स्वत:च सर्व हकिगत राजदरबारात मोकळेपणानं सांगितली.

न्यायाधीशांनी शेठजींना व्यापारीपुत्राला त्याचा तराजू द्यायला लावला. शेठजींना त्यांचा मुलगा परत मिळाला.

तात्पर्य - दुसऱ्याला फसवणारा स्वत: कधीतरी फसतोच.

तीन डाकू आणि ब्राह्मण

एका गावात मित्रशर्मा नावाचा एक ब्राह्मण राहत होता.

एक दिवस तो जवळच्या गावात गेला. त्यानं आपल्या यजमानाला सांगितलं, ''मला एक चांगला, सुदृढ बकरा पाहिजे आहे.''

यजमानांनी त्याला एक चांगला, सुदृढ बकरा दिला. बकरा मोठा चळवळ्या होता, म्हणून ब्राह्मणानं त्याला खांद्यावर ठेवलं आणि चालू लागला.

त्याच रस्त्यानं तीन डाकू चालले होते. त्यांनी त्या बकऱ्याला पळवायचा विचार केला. त्यांच्यातला एक डाकू खेडूत माणसाच्या वेषात ब्राह्मणाजवळ गेला.

तो आश्चर्यानं ब्राह्मणाकडे पाहत म्हणाला, "महाराज, हे काय? तुमच्यासारखा पुण्यवान माणूस ह्या कुत्र्याला खांद्यावर घेऊन कुठे फिरतोय?"

मित्रशर्मा म्हणाला, "आंधळा आहेस का? बकऱ्याला काय कुत्रा म्हणतोस?"

डाकू म्हणाला, "नाराज कशाला होताय महाराज! मला दिसलं ते मी बोललो."

थोड्या दूर अंतरावर दुसरा डाकू भेटला. तो म्हणाला, "हे ब्राह्मणदेवा, या मेलेल्या वासराला खांद्यावर घेऊन तुम्ही कुठे चालला आहात?"

ब्राह्मण फार रागावला. तो त्या डाकूला आंधळा म्हणून पुढे चालू लागला.

मित्रशर्मा आणखी थोड्या अंतरावर गेला, तोच तिसरा डाकू भेटला.

तो पण म्हणाला, "तुम्ही कसले ब्राह्मण आहात, महाराज! गाढवाला खांद्यावर घेऊन हिंडत आहात! हे पाहून लोक तुमची चेष्टा करतील."

ब्राह्मणाची मन:स्थिती द्विधा झाली. तीन-तीन माणसं एकाच वेळी खोटं कसं बोलतील? त्याला वाटलं, की खरंच कुठला

तरी घाणेरडा, अपवित्र प्राणी आपण खांद्यावर घेऊन चाललो आहोत. त्यानं बकऱ्याला खांद्यावरून खाली उतरवलं आणि तिथंच सोडून स्नान करायला नदीकडे निघून गेला. तीनही डाकूंनी बकऱ्याला उचललं आणि त्यांनी आपल्या घराचा रस्ता धरला.

तात्पर्य - माणसानं स्वत:ची बुद्धी वापरून विचारपूर्वक निर्णय घ्यावा.